Thơ Bài Cú

biên khảo của Thuần Ngọc
Hàng Thị xuất bản
2018

Thơ Bài Cú

biên khảo của Thuần Ngọc
Hàng Thị xuất bản
2018

Copyright © 2009 D.N. Tran
All Rights Reserved

Library of Congress Control Number: 2018909928
Title: Thơ Bài Cú
Subtitle: biên khảo của Thuần Ngọc
Author: Tran, D.N. (1941-2009)
Editor: Tran, N.K.
First edition in print 2018

ISBN-13: 978-1-949875-01-0
ISBN-10: 1-949875-01-6

Printed and bound in the United States of America

Cover design by André Tran

Published by
Hàng Thị
Henrico, Virginia, USA
www.hangthi.com

Vào Đây Sẽ Gặp

Lời Nói Đầu 1
Thơ Bài Cú Nhật Bản 3
   Vài Nét Về Bài Cú 5
   Thơ Bài Cú Cổ Điển 11
      Matsuo Bashō (1644-1694) 13
      Kaga no Chiyo (1703 - 1775) 16
      Yosa Buson (1715-1783) 18
      Kobayashi Issa (1763-1827) 20
      Masaoka Shiki (1867-1902) 22
   Tiền Thân Bài Cú: Hòa Ca 25
Thơ Ngắn Việt Nam 37
   Ngũ Ngôn Yết Hậu 40
   Từ Việt Nam 42
   Thơ Bài Cú Việt Nam 44
Bài Cú Việt - Thơ Thuần Ngọc 47
Kết 67
   Thay Lời Bạt 69
   Chú Thích 71
   Tài Liệu Tham Khảo 79
   Tài Liệu Đọc Thêm 80

Lời Nói Đầu

Đào luyện trong nền văn học Tây Âu, đam mê văn chương Đông phương cổ điển, xuất thân vào đời là một Sĩ quan Hải quân ngành chỉ huy, Thuần Ngọc đã trải qua nhiều thăng trầm trong cuộc sống, mang cùng mạng phận như những người thuộc thế hệ của anh. Định cư tại Canada, anh đã làm việc, học hỏi, và nghiên cứu không ngừng để tốt nghiệp Tiến sĩ Giáo dục trường Đại học Western Ontario.

Với công việc sau cùng là phụ tá biên tập cho tạp chí của Hiệp hội Giáo dục Quốc tế do Khoa Sư Phạm trường Western Ontario xuất bản, Thuần Ngọc còn giúp tổ chức các hội nghị Giáo dục quốc tế định kỳ tại Canada. Ngoài những lần được cử sang Nhật Bản dự hội nghị về giáo dục và văn hóa tại đây, anh còn nhiều lần tự sang Nhật Bản thăm viếng thủ đô Đông Kinh, nơi gia đình con gái đầu lòng của anh cư ngụ. Qua đó, anh có thêm dịp giao thiệp với các học giả và các nhà hoạt động văn hóa Nhật Bản, cùng tiếp cận với nền thi ca cổ điển của nước này. Vốn yêu thích thi ca, vì bản thân anh cũng là một nhà thơ (xem *Đò Trăng - thơ Thuần Ngọc*, Hàng Thị xuất bản 2018), anh đã ra sức học hỏi và tìm hiểu thêm, nhất là về thể thơ độc sáng Bài Cú của Nhật. Anh đã viết nhiều bài giới thiệu về Bài Cú, đăng trên các trang mạng văn học và một ít tạp chí của các hội đoàn người Việt ở hải ngoại.

Trong tập sách này, tôi mạo muội gom góp những bài viết về Bài Cú của Thuần Ngọc, sắp xếp lại chương, đoạn, và bổ sung gần 60 bài thơ Bài Cú do chính anh sáng tác. Do anh không còn nữa để nhuận sắc lại bản thảo trước khi in, tôi đã cố gắng tham khảo, đối chiếu nhiều trang mạng về Bài Cú, đồng thời dựa vào một ít thân hữu Nhật Bản để xác minh ý nghĩa và cách viết chính xác những bài thơ nguyên bản. Dù hết sức thận trọng, tôi tin chắc vẫn còn rất nhiều sơ thất, và xin chịu mọi trách nhiệm về những lỗi kỹ thuật đã không tránh được.

Sau cùng, xin được ngỏ lời cảm ơn tất cả bạn bè đã giúp tài liệu để sửa đổi và hiệu đính tập sách, cảm ơn các anh, và các cháu tôi, nhất là Ngọc Sương, đã tán thành và thúc đẩy tôi trong công việc, cùng cảm ơn Mỹ An, người bạn đời, đã tận tâm khuyến khích, góp ý, đồng thời tạo mọi điều kiện cho tôi có thời gian chu toàn nhiệm vụ này.

Henrico, mùa thu 2018
NK

Thơ Bài Cú Nhật Bản

Vài Nét Về Bài Cú

Bài Cú, âm theo tiếng Hán Việt cách viết "Haiku" 俳句 theo lối chữ Kanji 漢字, (Kanji = Hán Tự - chữ Hán, chữ Nhật Bản, gốc chữ Nho), là một thể thơ rất thịnh hành của Nhật Bản. Một bài thơ theo thể thơ Bài Cú có ba giòng, giòng đầu và giòng cuối mỗi giòng có năm âm, ôm lấy giòng giữa có bảy âm, có dạng 5-7-5, tổng cộng 17 âm. Tiếng Nhật Bản đa âm, nên mỗi giòng có thể có một, hai, ba chữ hay nhiều hơn. Bài Cú có biến thể là 5-7-6 hay 5-8-5, lên 18 âm trọn bài.

Tại sao gọi là Bài Cú? Bài nghĩa là cắt bỏ, lược bớt, Cú nghĩa là câu. Như sẽ giải thích sau, Bài Cú đã được hình thành bằng cách lược bớt số câu của một thể thơ rất dài trước đây, để chỉ còn lại 3 câu.

Theo K. Yasuda (2002), thường thường người đọc một bài thơ Bài Cú sẽ nhận biết được vì sao tác giả dừng lại để viết bài thơ này. Qua ba câu ngắn gọn của bài thơ, người đọc cũng xác định được không gian, nơi chốn tác giả dừng lại và thời gian trong năm cùng trong ngày, lúc tác giả dừng lại. Một bài thơ Bài Cú gói ghém đầy đủ trong 17 âm, lý do, không gian và thời gian nảy sinh bài thơ. Vì số chữ bị giới hạn trong 17 âm (tuy có khi du di ít hoặc nhiều âm hơn), thơ Bài Cú thường chỉ diễn tả một sự kiện xảy ra ngay lúc đó, ở thì hiện tại. Sự kiện này có thể liên kết hai ý nghĩ, hay hai ý tưởng khác nhau mà ít khi người ta nghĩ đến cùng một lúc.

Đọc thơ Bài Cú, ta cảm được vị trí đứng ở ngoài sự kiện của tác giả. Tác giả dường như chỉ chia sẻ với người đọc một sự kiện đã quan sát được. Nhưng người đọc vẫn có thể nghiệm được tình cảm của tác giả, một tình cảm nhè nhẹ, bàng bạc trong cả 17 âm, nói lên niềm vui sống hay sự cô đơn, đôi khi cũng nêu ra điểm tác giả thắc mắc về cuộc đời của con người: ngắn ngủi, phù du, trước sự vĩnh hằng của thiên nhiên. Phần lớn thơ Bài Cú của các thi sĩ Nhật Bản nói về bốn mùa xuân, hạ, thu, và đông tuy không nêu ra hẳn tên mùa trong năm. Họ thường dùng những chữ liên quan đến mùa xuân, như "tan tuyết," lúc "hoa mận nở, hoa đào nở," hoặc đến lúc "ngỗng trời quay về." Về mùa thu, họ hay tả "đêm thanh, trời vắng vặc đầy sao," lúc "bóng nai thoáng qua rừng," hay là "chuồn chuồn bay chập chờn," khi người ta "gặt lúa." Mùa hè có "muỗi," có tiếng "ve ra rả," hoặc tiếng "quạt," hay tiếng "suối róc rách." Mùa đông không tránh được cảnh "tuyết rơi" trong hay ven "rừng thông," "gấu," hay là tiếng củi hoặc than nổ tí tách trong "lò sưởi." Dường như các tác giả Bài Cú người Nhật không bao giờ nói đến lũ lụt, động đất, bệnh tật... những cái không tốt của thiên nhiên.

Có giai thoại kể rằng Takarai Kikaku, một môn sinh của Matsuo Bashō, viết bài thơ Bài Cú sau:

赤とんぼ羽をとったら唐がらし
akatonbo hane o tottara tōgarashi

red dragonfly
wings removed
hot pepper

Một con chuồn chuồn
Ngắt bốn cánh nhỏ,
Thành trái ớt đỏ.

Khi Bashō đọc thấy bài thơ này, ông khuyên Kikaku sửa lại như sau:

唐がらし羽をつけたら赤とんぼ
tōgarashi hane o tsuketara akatonbo

hot pepper
wings attached
red dragonfly

Một trái ớt đỏ
Chắp bốn cánh nhỏ
Thành con chuồn chuồn.

Cũng bấy nhiêu chữ, không có ý gì ác, mà lại nhân hậu hơn.

Vào đầu thế kỷ thứ 12, ở Nhật Bản chỉ có thể thơ Waka (和歌 - Hòa Ca), tức là bài ca bằng thơ, hay ca thi. Hòa Ca còn có thể dịch là bài ca Nhật, hoặc thơ ca Nhật Bản - ở đây chữ Hòa có nghĩa là nước Nhật, đó là một tên cũ, hiện nay vẫn dùng như trong Wafu ryōri 和風料理 = Hòa Phong Liệu Lý = Japanese Cuisine = món ăn kiểu Nhật. Mỗi bài thơ Hòa Ca gồm hai đoạn, đoạn đầu có ba giòng năm, bảy, và năm (5-7-5) âm, đoạn sau gồm hai giòng, mỗi giòng bảy (7-7) âm để nối vào đoạn trước. Trong những buổi triều hội dưới trướng một sứ quân, một người (thường là quý tộc, quan lại hay võ sĩ cao cấp) sẽ đặt đoạn đầu (5-7-5), đọc lên, và một người khác, hoặc được chỉ định, hoặc tự nguyện, đặt và đọc hai giòng đoạn sau (7-7) để nối với đoạn trước làm thành một bài ca thi. Thi hứng đã được khơi như thế, có người sẽ đặt tiếp một đoạn đầu, nối vào bài trước và một người sẽ làm đoạn sau để tiếp cho trọn bài ca thi mới. (Hakutani & Tener, 1998)

Vào năm 1235 công nguyên, Fujiwara no Sadaie đã biên soạn một tập thơ gồm 100 bài thơ của 100 tác giả, mang tựa là Hyakunin Isshu (百人一首 - Bách Nhân Nhất Thủ - Trăm Người, Mỗi Người Một Bài Thơ) trong đó có rất nhiều đoạn, mà đoạn đầu gồm 5-7-5 âm. Sau bài trường thiên ca thi này, thể thơ renga gồm cách nối các đoạn thơ 5-7-5 âm với các đoạn thơ nối 7-7 âm trở nên rất thịnh hành. Tập thơ Chikuba Kyojin Shu (Trúc Diệp Cuồng Nhân Thủ - Thơ Người Điên ở Chikuba) chép gần 200 đoạn thơ nối vào các đoạn thơ đầu của một thi sĩ khác. Trong tập có chép khoảng 20 đoạn đầu mang tên là Hokku (発句 hay 發句 - Phát Cú, thơ mở đầu) và do những thi sĩ đã nổi tiếng xướng ra, nhưng ý thơ ngã về sự đùa chơi, vui cười.

Đến thập niên 1680, Matsuo Bashō (Matsuo Baseo 松尾芭蕉) viết bài thơ Con Ếch theo lối Haikai (俳諧 - Bài Hài) một thể thơ mới (theo thời điểm bấy giờ) mở đường cho thể thơ Bài Cú. Các bài Haikai của

Bashō ngắn, gọn, rất súc tích từ chữ đến ý, cho thấy cái nhìn và thi tứ của nhà thơ. Những người ngưỡng mộ ông tập làm lối thơ này, và thể Bài Hài trở nên nghiêm trang, chín chắn hơn để trở dần thành thể Bài Cú, vừa nói lên nhân sinh quan vừa ghi lại sự rung động của nhà thơ.

Thơ Bài Cú Cổ Điển

Sau đây là vài thí dụ về thơ Bài Cú do các thi gia cổ điển, có phần ghi theo chữ rōmaji (âm tiếng Nhật ghi theo mẫu tự La tinh). Trong các tác giả này, Bashō là người mở đầu cách viết thơ Bài Cú, và sau đó, Buson, Issa, và Shiki là những các thi sĩ Nhật bản nổi tiếng về thể thơ này. Chúng tôi cũng ghi thêm một bài của nữ thi sĩ Kaga no Chiyo, đồng thời với Buson.

Phần tiếng Việt đều do Thuần Ngọc dịch. Bản dịch tất nhiên không luôn luôn gồm 17 âm như nguyên tác. Đôi khi vì muốn dịch theo ý, thứ tự giòng trong bài thơ dịch cũng không đúng theo thứ tự của nguyên tác.

Kobayashi Issa - Thủ Bút

Matsuo Bashō (1644-1694)
松尾芭蕉 (Tùng Vĩ Ba Tiêu)

Bashō (Ba Tiêu - cây chuối) là tên hiệu tác giả tự đặt vào khoảng năm 1681 khi ông dọn vào ở trong một cái chòi có một cây chuối mọc bên cạnh. Hồi trẻ, ông theo chân thân phụ, làm võ sĩ cho sứ quân Todo Yoshitada (Sengin). Vì Yoshitada sính làm thơ Bài Cú nên Bashō cũng làm thơ, lúc đầu ký tên là Sobo. Bashō dần dần nổi tiếng, và ông đi du lịch nhiều nơi trong nước Nhật. Ông mất năm 1694, sau khi viết tập du ký vừa văn vừa thơ Oku no Hosomichi (おくのほそ道 - Lối Nhỏ Vào Nội Địa). Khi ông mất, có khoảng 2000 môn sinh đang theo học lối làm thơ Bài Cú của ông.

物言えば
くちびる寒し
秋の風

Mono ieba
Kuchibiru samushi
Aki no kaze

Mở miệng ra, tôi nói,
Đôi môi tôi lạnh giá
Gió mùa thu.

古池や
蛙飛び込む
水の音

Furu ike ya
Kawazu tobikomu
Mizu no oto

Cái ao xưa
Một chú ếch nhảy tòm xuống
Chủm!

枯れ枝に
枯らすのとまりけり
秋の暮れ

Kare eda ni
Karasu no tomari keri
Aki no kure

Cành trơ trọi
Quạ đậu lại
Thu âm u.

Kaga no Chiyo (1703 - 1775)
千代 女 (Thiên Đại Nữ)

    Kaga no Chiyo là một trong những nhà thơ Bài Cú danh tiếng nhất Nhật Bản. Bắt đầu làm thơ từ năm 7 tuổi, bà có công lớn trong việc tạo cho Bài Cú một chỗ đứng quan trọng, và có ảnh hưởng rất sâu đậm trong việc quảng bá thi ca đến nữ giới. Bà còn được coi là người đi đầu trong việc trao đổi văn học với thế giới.

    Là học trò đời thứ hai của Bashō, và do đó mang nhiều ảnh hưởng của ông, thơ Bài Cú của bà lại có một phong thái đặc sắc riêng biệt. Qua bài thơ được nhiều người biết đến nhất sau đây, cánh hoa bìm bìm (tức morning glory hay khiên ngưu) rất dân giả đã trở thành biểu tượng của làng quê bà.

朝顔に
釣瓶とられて
もらひ水

Asagao ni [1]
Tsurube torarete
Morai mizu

Cánh hoa khiên ngưu nở
Nghiễm nhiên chiếm trọn chiếc gàu giếng
Tôi phải xin nhờ nước

Yosa Buson (1715-1783)
与謝蕪村 (Dữ Tạ Vu Thôn)

Buson (Vu Thôn - xóm vắng), tên thật Taniguchi Buson, sau này đổi lại là Yosa Buson, là họa sĩ và nhà thơ Bài Cú. Người ta vẫn xếp ông ngay sau Matsuo Bashō như là những bậc thầy về thơ Bài Cú thời Edo, thời các sứ quân Tokugawa (1600-1868). Buson sinh ở ngoại ô thành phố Osaka, và mồ côi cha lẫn mẹ lúc ông còn rất trẻ. Năm 1737, ông lên Edo (giờ là Tokyo) để học vẽ và học làm thơ Bài Cú theo trường phái Bashō. Năm 1742, khi một trong những người thầy của ông qua đời, ông theo gương Bashō đi lên phía Bắc, rồi viếng các thành phố miền Tây Nhật bản. Ông trụ lại Kyoto năm 1751. Đến 1756 ông chuyên về nghề vẽ trong suốt 9 năm. Sau đó Buson dần dần quay trở lại làm thơ Bài Cú. Các bài thơ của ông thường có những nét chấm phá độc đáo, như cảnh vật được nhìn qua ánh mắt họa sĩ của ông.

追風に
薄刈り取る
翁かな

Oikaze ni
Susuki karitoru
Okina kana

Một ông lão cắm cúi
Cắt cỏ trên cánh đồng
Gió thổi đằng sau lưng

Kobayashi Issa (1763-1827)
小林一茶 (Tiểu Lâm Nhất Trà)

Issa (Nhất Trà) sinh tại Kashiwabara, Shinano ngày nay thuộc thành phố Shinano-machi, quận Nagano. Hồi nhỏ, ông mang tên Yataro, còn theo hộ tịch, là Nobuyuki. Năm 13 tuổi, ông đi lên Edo (Tokyo), để làm việc. Ông học cách làm thơ với Genmu cùng Chiku-a, và nhận Seibi Natsume làm thầy. Ông bắt đầu viết thơ Bài Cú vào năm 25 tuổi. Ông đi làm việc ở nhiều nơi như Kyoto, Osaka, Nagasaki, Matsuyama và các thành phố khác ở phía Tây Nhật bản. Đến năm 1814, ông về lại quê nhà ở Kashiwabara và trở thành thủ lãnh trường phái thơ Bài Cú ở vùng Shinano. Ông mất ở quê nhà năm ông 65 tuổi. Trong thơ ông dùng các tiếng địa phương và các từ thông dụng hàng ngày. Thơ Bài Cú của ông phảng phất buồn vì đời sống gia đình của ông rất đau thương. Ông cưới vợ khi đã 51 tuổi, nhưng tất cả bốn người con của ông đều mất khi còn rất nhỏ.

かたつむり
そろそろ昇れ
富士の山

Katasumuri
Sorosoro nobore
Fuji no yama

Này này cô ốc sên
Chậm rãi, khoan thai mà bò lên
Đỉnh núi Phú sĩ sơn.

Masaoka Shiki (1867-1902)
正岡子規 (Chánh Cương Tử Quy)

Shiki (Tử Quy) mất sớm nhưng sự nghiệp văn chương của ông rất phong phú. Trong bảy năm cuối cùng của cuộc đời, ông bị bệnh phải nằm liệt giường, nhưng lúc nào ông cũng vui vẻ thảo luận về văn chương và những cải cách thơ Bài Cú với các môn đệ của ông. Trước nhà ông có giàn bầu nậm và người ta thường luộc nước bầu cho ông uống để tiêu đàm. Ông vẫn mong thân phận đau yếu của mình được như giàn bầu: xanh tốt, đơm hoa, kết trái, mà không phải đau khổ. Ông đã hoàn thành ba công trình quan trọng về văn chương hiện đại: cải cách thơ Bài Cú, cải cách thơ Tanka, và khuyến khích việc dùng văn xuôi để phác họa các cảnh thật của đời sống. Ông đã giúp phổ biến thơ Bài Cú qua tác phẩm của ông, bàn về lý thuyết làm thơ Bài Cú "Haiku Taiyo" (Căn Bản về Thơ Bài Cú).

入り口に
むぎほすいえや
降るすだれ

Iriguchi ni
Mugi hosu ie ya
Furu-sudare

Họ đang phơi bo bo
Phía trước cửa nhà kho
Mành tre cũ đong đưa.

Tiền Thân Bài Cú: Hòa Ca

Để mở rộng cảm nhận khi đọc các bài thơ viết theo thể Bài Cú vốn xuất thân từ dòng văn học Hòa Ca, trong phần này chúng ta sẽ xem qua những phép tu từ [2] thường gặp trong dòng văn học này. Hòa Ca, như đã dẫn ở trên, là thơ Nhật cổ xưa viết bằng Nhật Ngữ theo phong thái Nhật, để phân biệt với Hán Thi là thơ Nhật viết theo phong thái Trung Quốc cổ điển. Mặc dù có thể áp dụng những phép tu từ trong văn chương Tây Phương vào thi ca Nhật, nhưng muốn theo sát hồn thơ Hòa Ca, chúng ta cần biết qua phép tu từ được chính người Nhật phân giải. Qua phần này, chúng ta cũng sẽ thấy rằng hiểu đúng được một bài thơ Nhật cổ xưa rất khó, mà dịch được một cách nghiêm chỉnh sang ngôn ngữ khác còn khó hơn nhiều.

Phần lớn những bài thơ thí dụ sau đều rút từ Man'yōshū (万葉集 - Vạn Diệp Tập, khoảng năm 760), Kokin Wakashū (古今和歌集 - Cổ Kim Hòa Ca Tập, gọi tắt là Cổ Kim Tập, khoảng năm 900), Shūi Wakashū (拾遺和歌集 - Thập Di Hòa Ca Tập, gọi tắt là Thập Di Tập, khoảng năm 1000), và Hyakunin Isshu (百人一首 - Bách Nhân Nhất Thủ, khoảng năm 1200).

(a) Gijinhō 擬人法 (Nghĩ Nhân pháp, ta thường gọi là Nhân Cách Hóa, hay Nhân Hóa)

Không phải là người mà biểu hiện như thể là người. Ví dụ lối diễn tả trong câu thơ "umi wa maneku" (biển như mời mọc) xem biển, vật vô tri giác, như một con người. Bài thơ của Tadamine đem tình cảm con người (tsurenai = lãnh đạm, uki = dễ thay đổi) gán cho sự vật (akatsuki = con trăng về sáng):

Ariake no
Tsurenaku mieshi
Wakare yori
Akatsuki bakari
Uki mono wa nashi [3]

(b) Mitate 見立て (Kiến Lập – gần như phép Giả tá)

Đây là một kỹ thuật của Hòa Ca vẫn còn xuất hiện rất nhiều trong thơ Bài Cú, gần như phép giả tá trong Hán văn, hay metaphor trong tiếng Anh, chủ yếu là dùng một vật khác để đặt đối tượng mình muốn nói vào đó. Ví dụ cho một nhân vật lịch sử xa xưa mặc y trang tân thời, hay nói chuyện mình như đang nói chuyện của người khác, thấy cái này mà nghĩ là cái kia. Có thể lấy ví dụ bài thơ của Korenori, khi ông thấy tuyết trắng (shirayuki) rơi xuống núi đồi Yoshino mà ngỡ là ánh trăng về sáng (ariake no tsuki)

Asaborake
Ariake no tsuki to
Miru made ni
Yoshino no sato ni
Fureru shirayuki [4]

(c) Makura-kotoba 枕詞 (Chẩm Từ - Gối đầu)

Đây là một từ đặt trước một từ khác để tô điểm cho từ sau, giống như cái gối để tựa đầu. Trong Hòa Ca có khoảng 1200 chữ gối đầu thông dụng, mỗi chữ thường có 5 âm tiết, họa hoằn có đến 6 âm tiết. Vì thường có 5 âm tiết cho nên chữ này hay ở vị trí câu đầu hay câu thứ ba trong bài thơ (5/7/5/7/7), và phụ nghĩa cho chữ trực tiếp đặt ngay đẳng sau. Trong câu thơ sau trong Vạn Diệp Tập, chữ kusamakura (gối cỏ) được sử dụng làm chữ gối đầu cho chữ tabi (lữ hành) để làm tăng ý tưởng "màn trời chiếu đất" của người phải xa gia đình:

Ie ni areba (Lúc ở nhà)
Ke ni moru ipi wo (Đơm cơm trong hộp)
Kusamakura (Gối cỏ)
Tabi ni shiareba (Khi cất bước lữ hành)
Shii no ha ni moru (Đơm cơm trên lá giẻ gai) [5]

Chữ gối đầu thường là những ước lệ. Hai ví dụ sau, cũng rút trong Vạn Diệp Tập, làng cũ quê xưa và bên trời xa xăm là hai ý tưởng thường đeo sát với nhau, cũng như sương giá ban mai khi nắng lên phải tan biến như kiếp sống hữu hạn của con người:

Amazakaru (Bên trời xa xăm)
Hina no nagaji yu (Suốt đường dài từ làng quê)
Asashimo no (Sương giá ban mai)
Kenubeki nomi ya (Chỉ để mà tan biến đi)

(d) Jo-kotoba 序詞 (Tự Từ - Khơi mào)

Khơi mào cũng giống như chữ gối đầu, nó giúp người làm thơ từ đó gợi lên được một hình ảnh khác. Tuy nhiên khơi mào là một thành ngữ gồm nhiều chữ, dựa trên một chữ ở giữa bài để chuyển tiếp, trong khi chữ gối đầu có 5 âm tiết và dùng theo một hình thức cố định. Đây là vài ví dụ về khơi mào, thường đặt ngay đầu câu thơ, đoạn in đứng là nhóm chữ khơi mào, in đậm là chữ chuyển tiếp giữa hai ý tưởng.

Ashibiki no (Ở trong núi)
Yamadori no o no (Đuôi chim trĩ rừng)
Shidari *o no (Buông xuống đất)*
Naganagashi (dài lê thê)
(trong Thập Di Tập)

Kaze fukeba *(Nếu như gió thổi)*
Okitsu shiranami *(Sóng bạc nổi ngoài khơi)*
Tatsu*tayama (Dựng lên như núi Tatsuyama)*
(thơ Ise Monogatari)

Trong câu thơ trước, ý tưởng "dài lê thê" dùng để làm nổi bật độ dài (naganagashi 長々し dằng dặc) của đêm khuya khi chờ đợi người yêu, cũng như con trĩ trống mong ngóng con chim mái (ý chính của bài thơ). Trong câu sau, chữ tatsu có hai nghĩa: một là động từ tatsu 立つ (dựng đứng lên) hai là một phần trong tên ngọn núi Tatsutayama 竜田山, đã hiện ra như dựng lên một cách đột ngột trên con đường đi của người lữ khách.

Đôi khi bài thơ còn dùng đến đặc tính cùng âm nhưng khác nghĩa nữa. Ví dụ như u no hana 卯の花, tên một loài hoa trắng nở vào mùa hạ có thể ghép với ukiyo 浮世 (cuộc đời đầy biến đổi, âu lo) trong câu u no hana no ukiyo no naka 卯の花の浮世の中 (cánh hoa trắng trong cuộc đời biến đổi). Tương tự, hai chữ hầu như đồng âm là itsumi いつ見 khi nào thấy) và Izumi (泉川 tên sông) cũng có thể được người làm thơ liên kết với nhau như trong câu nagareru Izumigawa itsumi 流るる泉川いつ見 (khi nào được thấy dòng sông Izumi trôi).

(e) Kake-kotoba 掛詞 (Quái Từ - Bắt quàng)

Phép này dùng tính đồng âm của hai chữ có ý nghĩa hoàn toàn khác nhau để làm cho câu thơ phong phú. Đầu tiên, có thể liên kết hai chữ trong hai câu khác nhau, còn gọi là rensa (連鎖 - liên tỏa). Ví dụ như trong câu thơ sau, chữ matsu có thể hiểu lúc đầu là matsu 待つ chờ đợi, và sau đó là matsu 松 cây tùng:

> *Aki no no ni* (Trên cánh đồng mùa thu)
> *Hito matsu mushi no* (Một con sâu tùng) /
>   (Đợi người, con sâu)
> *Koe sunari* (Cất tiếng kêu lặng lẽ)
> *Ware ka to ikite* (Có phải là đợi / gọi ta chăng)
> *Iza to burahamu* (Hãy đến hỏi thăm xem) [6]

Cách dùng thứ hai là kenyō (兼用 - gắn kèm) hay ganchiku (含蓄 - hàm chứa), ngầm chứa ý thứ hai trong một chữ. Chẳng hạn, âm furu ふる có thể hiểu là furu 降る rơi xuống - khi nói về hoa, và dùng kèm với furu (heru) 経る trôi qua - khi coi đời người cũng ngắn ngủi như đời hoa. Âm nagame ながめ có thể hiểu là nagame 眺め nhìn về xa xăm hay nagame 長雨 mưa dầm dề, cả hai đều biểu hiện sự não nề. Âm namida 涙 là nước mắt có hàm chứa chữ nami 無み với nghĩa là trống trơn (không gặp được người nên buồn bã khóc than).

(f) Engo 縁語 (Duyên Ngữ – Chữ liên hệ)

Thường là một chữ được coi như trọng tâm mà ý nghĩa lại bàng bạc trong chữ đi sau. Hai chữ này không cần phải đồng âm, mà có thể gắn liền với nhau qua khả năng liên tưởng của người đọc để giúp cho câu thơ phong phú hơn. Thí dụ:

- tsuyu (hạt sương) là chữ liên hệ của tama (ngọc), namida (lệ), oku (đặt xuống), hiru (khô đi), và kiyu (tức kieru = tan biến)

- suzu (chuông nhỏ) là chữ liên hệ của furu (lắc) và naru (kêu)

- sode (tay áo) là chữ liên hệ của musubu (buộc), tatsu (cắt), toku (cởi ra)

(g) Honkadori 本歌取 (Bản Ca Thủ – Mượn điển, gần giống như Tập cổ)

Nhà thơ Hòa Ca thường lấy một yếu tố trong một bài thơ cũ làm điểm tựa khi sáng tác. Đó có thể là ý, là lời, hay là hứng khởi do bài thơ cũ gợi ra. Nó nối kết bài thơ mới với bài thơ cũ dùng làm gốc này và qua đó thừa hưởng những cái hay mà bài thơ gốc (đã nổi tiếng) mang lại. Ví dụ, một bài thơ gốc tả cảnh mùa đông trong Cổ Kim Tập:

Mi Yoshino no (Chốn Yoshino thiêng liêng)
Yama no shirayuki (Tuyết trắng rơi trong núi)
Tsumoru rashi (Dường như đã ngập đầy)
Furusato samuku (Cố đô giờ trở lạnh) [7]
Narimasaru nari (Cái rét đến thật rồi)

được chuyển thành một bài thơ tả cảnh mùa thu trong Bách Nhân Nhất Thủ:

Mi Yoshino no (Chốn Yoshino thiêng liêng)
Yama no akikaze (Gió thu luồn trong núi)
Sayo fukete (Đêm đã khuya)
Furusato samuku (Cố đô giờ trở lạnh)
Komoro uchi nari (Có tiếng chày đập áo)

Phép tu từ này có thể so sánh với việc dùng điển cố của người làm Hán thi, việc tập Kiều, lẩy Kiều, hay cả việc trích thơ chữ Hán trong Hát Nói của ta. Ngày nay, với vấn đề tác quyền, nếu làm thơ kiểu này có thể đã thành tội đạo văn, nhưng xưa thì không thế. Chân thành mô phỏng cổ nhân để thừa hưởng dư ba cái hay cái đẹp của người đi trước là một điều còn đáng ca ngợi nữa. Dĩ nhiên phải tạo ra thơ hay thì mới được chấp nhận.

h) Uta-makura 歌枕 (Ca Chẩm - Gối thơ)

Gối thơ là những địa danh nổi tiếng được dùng nhiều trong thi ca. Đây là một kỹ thuật đã có từ thời Cổ Kim Tập. Gối thơ trở thành những ước lệ dùng biểu hiện một chủ đề đặc biệt nào đó, như cửa ải Ōsaka (biệt ly), núi đồi Uji (ẩn dật), núi Suenomatsu-yama (chung tình), bãi biển Suma (lưu lạc), tùng ở Takasago (bền lâu), sông Tatsuta (lá hồng), núi Yoshino (anh đào, tuyết đông), v.v...

i) Taigendome 体言止め (Thể Ngôn Chỉ – Đảo ngữ ở cuối câu)

Đảo ngữ ở cuối câu tức là đặt một danh từ hay đại danh từ (có khi là một trạng từ) ở cuối câu thơ mà dùng nó như một chủ từ. Đó là một kỹ thuật đặc biệt vì thông thường, tiếng Nhật hay đặt một động từ ở cuối câu với các thì biến hóa của nó ở ngữ vĩ (khẳng định, phủ định, mệnh lệnh, giả định, liên tiến vv...). Ngày nay, ngay cả âm nhạc mới như trong enka (演歌 - Diễn Ca) vẫn sử dụng kỹ thuật này.

Thí dụ điển hình là Ama no Kaguyama (núi Hương Cụ linh thiêng) [8], Aki no yūgure (chiều thu) [9]

j) Tōchihō 倒置法 (Đảo Trí pháp – Nghịch đảo)

Phép nghịch đảo là đảo ngược vị trí của chủ từ và thuộc từ, nhằm tăng cường sự chú ý của độc giả. Ví dụ cụ thể thấy trong bài thơ Ōe no Chisato trong Bách Nhân Nhất Thủ, trong đó tác giả nói đến trạng thái tâm hồn của mình trước (3 câu đầu = buồn vì lẻ loi trước trăng thu) sau mới nói dù rằng (aranedo) mùa thu không là của riêng ai. Chữ aranedo lại được đem đặt ở cuối bài thay vì trong những câu trên.

Tsuki mireba
Chi-ji ni mono koso
Kanashikere
Wa ga mi hitori no
Aki ni wa aranedo [10]

k) Kugire 句切れ (Cú Thiết - Ngắt câu)

Đó là trường hợp bài thơ được ghép bằng những câu độc lập với nhau để thành 5 câu. Thời Vạn Diệp Tập đã thấy có kỹ thuật ngắt ở cuối câu thứ hai và ngắt ở cuối câu thứ tư. Đến giai đoạn Cổ Kim Tập thì kỹ thuật ngắt ở cuối câu thứ ba được sử dụng khá nhiều. Qua đến thời Tân Cổ Kim Tập thì còn có thêm ngắt ở câu đầu. Chữ dùng để ngắt câu gọi là Kireji, có thể nằm ở giữa câu hay cuối câu. Có nhiều loại chữ nhưng chủ yếu là

- Trợ từ kết thúc: kana, mogana, zo, ka, ya, yo
- Trợ động từ kết thúc: keri, zu, ji, nu, tsu, ramu
- Ngữ vĩ động từ mệnh lệnh: -ke, -se, -he, -re
- Ngữ vĩ của hình dung từ để kết thúc: -shi
- Phó từ: ikani

Sử dụng Kireji khéo léo là yếu tố bắt buộc để thành công trong việc sáng tác Hòa Ca.

l) Oriku 折り句 (Chiết Cú – nay gọi là Khoán Thủ)

Đây là một hình thức tu từ đặc biệt. Để vịnh đề tài hoa nữ lang (valerianaceous) mà tên Nhật là ominaeshi [11] trong một buổi bình thơ của Thái Thượng Hoàng Suzaku, nhà thơ Ki no Tsurayuki đã viết bài thơ sau đây trong Cổ Kim Tập:

*Ogura-yama
Mine tachinarashi
Naku shika no
He ni kemu aki wo
Shiru hito zo naki*

*(Trên đỉnh núi Ogura
Tiếng nai kêu trở thành quen thuộc với ta
Đã bao nhiêu mùa thu qua rồi ấy nhỉ
Mà không có một ai biết cho điều đó)*

Trong bài thơ, không trực tiếp thấy có hoa. Nhưng nếu sắp theo thứ tự 5 âm đầu tiên của mỗi câu, ta thấy hiện ra bóng hoa nữ lang hay o / mi / na / (h)e / shi - ominaeshi - một loài hoa màu hồng hay trắng mọc hoang trên núi, mùi rất đậm, tượng trưng cho mùa thu (và như thế phù hợp với tiếng nai kêu trong bài thơ).

Thơ Ngắn Việt Nam

Trong thơ Việt Nam, cũng có rất nhiều thể thơ ngắn mà cả ý và lời đều súc tích, cô đọng, đôi khi chỉ có 14 chữ như trong Ca Dao mà diễn tả được cả một tâm trạng, nói lên được cả một hoàn cảnh trong đời người, như câu:

Gió đưa cây cải về trời
Rau răm ở lại chịu lời đắng cay.

Trong phần này chúng ta kể qua một vài thể thơ cổ điển Việt Nam có thể coi như tương cận với Bài Cú của Nhật Bản.

Ngũ Ngôn Yết Hậu

Trong văn chương Việt Nam thời trước, chúng tôi không thấy có lối thơ nào hoàn toàn giống như Bài Cú, nhưng thấy có lối ngũ ngôn tứ tuyệt, thể yết hậu. Vì tiếng Việt hiểu theo cách bình thường là đơn âm nên thơ ngũ ngôn như lối này có 16 chữ, hay 16 âm, ngắn hơn Bài Cú một âm. Có lẽ người đã làm nhiều bài thơ ngũ ngôn yết hậu nhất là Chiêu Lỳ Phạm Thái. Nhưng trong thơ của Phạm Thái, câu thứ ba thường có sáu chữ, nên trọn bài thơ có 17 chữ hay 17 âm. Xét về số âm trong bài, loại thơ này khá giống với Bài Cú.

Ngoài Phạm Thái, còn có Nguyễn Công Trứ cũng sính làm loại thơ tứ tuyệt yết hậu. Nhưng chúng tôi chỉ được đọc các bài thơ thất ngôn (bảy chữ) chứ chưa được biết Nguyễn Công Trứ có bài thơ nào thuộc loại ngũ ngôn tứ tuyệt yết hậu. Ba thí dụ sau là thơ của Phạm Thái (Trần Trọng Kim, 1946, trang 146)

Lươn [12]
Cứ nghĩ rằng mình ngắn
Ai ngờ cũng dài đườn
Thế mà còn chê trạch
Lươn

Người hay đánh bạc
Ác lặn xăm xăm tới,
Gà kêu lẻn lẻn về.
Quan ngắn hết, quan dài hết
Ghê

Người say rượu
Một năm mười hai tháng
Một tháng ba mươi ngày
Hũ lớn cạn, hũ bé cạn
Hay!

Từ Việt Nam

Từ, đúng nghĩa, là một thể loại thi ca cổ điển của Trung Quốc, phát triển từ cuối đời Đường (618-907) và thời Ngũ Đại (907-960). Mỗi bài Từ gồm những câu dài ngắn khác nhau, thường từ 1 đến 11 chữ. Người Việt ít làm thơ theo thể Từ vì rất gò bó - Từ vốn là lời ca soạn theo một điệu nhạc cổ xưa đã có sẵn, phải theo đúng âm điệu từng chữ một.

Tuy nhiên, gần đây, chúng tôi cũng thấy rải rác vài bài thơ Việt viết theo thể Từ - và xin ghi lại hai bài tiêu biểu viết theo điệu Từ ngắn nhất, Thương Ngô Dao, mỗi bài chỉ có 16 chữ:

Say
Tơi tả quanh mình mộng ảo bay
Chân bát đảo
Hồn ngất ngưởng trời mây
(Minh Ngọc - trong **Đôi Mắt Sài Gòn)**

Đêm
Độc ẩm bên đèn thấy lạnh thêm
Trăng lẻ bạn
Sương ướt đọng quanh thềm
(Vũ Thanh Tùng - trong Xuân Như tạp lục)

Thơ Bài Cú Việt Nam

Gần đây hơn, khi có nhiều bài thơ Bài Cú được chuyển dịch sang Việt ngữ, người Việt có dịp làm quen với văn thơ Nhật Bản. Có lẽ cũng do ảnh hưởng của Thiền nhờ các nhà sư Việt Nam du học ở Nhật Bản truyền đạt lại, chúng tôi thấy xuất hiện một số thơ có dạng như Bài Cú viết bằng tiếng Việt. Trong tập Cảo Thơm, Hồ Trường An ghi lại một số bài thơ của Trương Anh Thụy:

Đông
Nắng ươm cành tuyết đậu
đóa mai vàng bên giậu
tưởng xuân

Yên
Sau trận đại cuồng phong
con diều nằm trên cỏ
đói gió

Tỵ nạn
Nối đuôi nhau kiến cỏ
Đi tìm nơi lặng gió
Trăm con

Và một bài ngũ ngôn yết hậu

Lặng
Trên bãi sông triều vắng
đàn vịt đứng dăm con
lắng tai nghe chiều đổ
Boong

Các bài thơ trên rất gần với cái nhìn và cảm xúc của thể thơ Bài Cú. Tuy nhiên, Tiếng Nhật và hầu hết ngôn ngữ gốc latin-roman của Tây Phương đa âm nên nhiều khi 1 câu chỉ có 1 chữ hay 2 chữ. Thí dụ như chữ "Sayōnara" (さようなら - sa yo o na ra) tính là 5 âm, hay chữ "un-for-get-ta-ble" cũng đã là 1 câu rồi. Riêng tiếng đơn âm như Hán, Việt hay Thái thì có thể dùng trọn 17 chữ trong 3 câu, vì vậy diễn dạt được nhiều hơn.

Tuy nhiên, tinh túy của Bài Cú không phải là để nói nhiều, mà để diễn dạt một thoáng suy tư, một khung cảnh cô đọng, một chút thiền. Bài Cú không phải là một phim bộ dài dòng mà là một tấm ảnh chụp lấy một khoảnh khắc, một trừu tượng, một tư duy, nên nhiều khi vài chữ cũng đủ. Cái hay và khó hay của Bài Cú là ở chỗ đó. Đọc một bài thơ Bài Cú hay như nghe một tiếng khánh cô đọng thật ngắn gọn nhưng ngân nga, để lại ấn tượng lâu trong tâm hồn người.

Bài Cú Việt - Thơ Thuần Ngọc

Bài Cú không có luật về âm điệu và vần. Kết hợp vào thơ Việt Nam, ta có thể cho câu cuối vần với một trong hai câu trên, nhưng không bắt buộc. Về nội dung, Bài Cú chính tông đòi hỏi trong bài phải nói về một trong bốn mùa Xuân, Hạ, Thu, Đông. Nhưng như vậy không có nghĩa là phải nêu tên một mùa ra mà dùng biểu tượng cũng được, như tuyết, hoa đào, nắng ấm, v.v. Dù vậy quy luật này cũng không cần theo vì gò bó vào một khía cạnh quá.

1.
Con hạc hồng kiêu sa
Trầm mình trong dòng suối nước nóng
Chỉ còn lại bộ da

The proud flamingo
Dived into the hot stream
Nothing left but skin

2.
Người chiết tự trong đêm
Chữ Bình Tâm loay hoay xếp mãi
Quên ngày mới vừa lên

Anagram at night
Could not arrange "peace of mind"
Missed the dawn's light.

3.
Ngư ông không dụng mồi
Con Koi bạc chưa hề sứt mép
Chiều nay về cơm chay

Fisher without bait
The silver Koi's lips unhurt
Vege dish tonight.

4.
Xếp chân mong thiền tọa
Ruồi đậu bàn tay, vỗ bàn tay
Tâm tịnh mất khi này.

5.
Khua nước xóa tan hình
Dễ hơn đập tấm gương soi mặt
Mình chẳng tự mê mình.

6.
Che mặt trời năm ngón
Có hai cũng giống có một tay
Chẳng thấy đến lông mày

7.
Cò trắng đứng một chân
Đại thử thử đại, đại thử dại
Túi trước bụng trống không.

Đại thử, hay chuột túi, là kangaroo

8.

*Người Trang Tử vỗ bồn
Ta từ nhỏ một đời nghi hoặc
Cogito, ergo?*

Trang Tử: triết gia Trung Hoa cổ đại
Cogito, ergo: I think, therefore...? nguyên câu là
Cogito, ergo sum (I think, therefore I am)

9.

*Giá áo và túi phân
Vùng kinh điển đốt hoài chẳng hết
Về đi, tập đánh vần!*

10.

*Nước chảy đá cũng mòn
Ta góc cạnh từ khi nhập thế
Nay thành viên sỏi tròn*

11.
Mổ cho sạch túi phân
Mà không sạch tâm hồn nhiễm độc
Khâu lại để làm chi?

12.
Nhắm mắt và mở mắt
Nội tâm, ngoại giới tiếp liền nhau
Nơi nào ít khổ đau

13.
Tiền thân dù bồ tát
Hậu vận trăm năm vẫn mịt mùng
Bây giờ là túi cơm.

Túi cơm: từ thành ngữ giá áo, túi cơm, chỉ những người không có ích gì cho đời, chỉ là cái giá máng áo, cái túi đựng cơm

14.
Mùa thu cành thay lá
Con rắn già biết cách lột da
Trịnh Công Sơn chết sớm

Trịnh Công Sơn (1939-2001) là một nhạc sĩ tài hoa mà cuộc đời đầy uẩn khúc và nhiều lận đận

15.
Lữ khách đứng trên cầu
Nhìn nước lũ cuốn đi ảo vọng
Hỏi sao bóng không trôi

16.
Tay khoanh vòng Thái Cực
Chút nhân duyên để lọt ra ngoài
Tình ơi là tình ơi

17.
Hạt sương trên cánh hồng
Cành Bonsai nghiêng về phía nắng
Giọt nến đọng đêm qua

18.
Bôn ba tìm cõi Phật
Giữa đường vứt bộ lòng tên cướp
Chết thành con bìm bịp

19.
Tượng gỗ chùa Tây Phương
Niềm khắc khoải hằn lên nét mặt
Niết Bàn là thế ư?

20.
Người lên núi định thiền
Nghe gọi tên vẫn còn quay lại
Khi nào mới vô danh?

21.
Khoanh hai tay bái Sư
Phật đứng tránh sang không nhận lễ
Hai tay bái hư không

22.
Quay nhanh vòng Bát Quái
Muốn hòa tan Lưỡng Nghi thành Thái Cực
Cửa nào là cửa Khôn?

23.
Đến cổng chùa nghe đạo
Sư trụ trì bế môn tiễn khách
Phật cả cười Phật thăng

24.
Đi cùng Sư bái Phật
Cửa đóng, Phật từ tâm nhắn nhủ:
"Kiếp sau đến một mình!"

25.
Buổi sáng nhìn sang cạnh
Cám ơn đời vì vẫn có em
Mùi cà phê thơm ngát

26.
Cứ mỗi độ vào thu
Lại cùng Thanh Tịnh đi đến trường
Và ngâm Lưu Trọng Lư

Thanh Tịnh có truyện Tôi Đi Học.
Lưu Trọng Lư có bài thơ Tiếng Thu.

27.
Cư sĩ hỏi Thiền sư
Khi nào là giác, khi nào ngộ
Thiền sư nhổ nước bọt

28.
Cư sĩ hỏi bóng mình
Khi nào là giác, khi nào ngộ
Bóng lập lòe lặng thinh

29.
Một đời người tự hỏi
Khi nào là giác ngộ, khi nào?
Cư sĩ, Cư sĩ ơi!

30.
Khuấy nước trong cho đục
Khi nào không soi thấy bóng mình
Là khi hết nắng trời

31.
Chờ nước đục thành trong
Để nhận định ra chân bản ngã
Chờ bao giờ mới xong?

32.
Người da trắng, vàng, đen
Năm ngón tay, ngón dài ngón ngắn
Tro bụi chỉ một màu

33.
Vẽ tranh không nhúng mực
Hoàng hạc bay ngang trời lặng gió
Hoàng hạc bay, mây trôi

34.
Cứ muốn tả rừng thu
Lại thấy con nai vàng ngơ ngác
Đành thua Lưu Trọng Lư

thơ Lưu Trọng Lư:
Con nai vàng ngơ ngác
Đạp trên lá vàng khô

35.
Bên ngoài tuyết bay bay
Tình nồng ấm dù trời giá lạnh
Nên tuyết tan trong tay

36.
Tình thôi hết ân cần
Gặp lại người ánh nhìn xa lạ
Ta về thành phế nhân

37.
Đôi hài cỏ Bashō
Ngàn năm dấu vết chẳng phai mờ
Tạc vào thiền, vào thơ

có lẽ "đôi hài cỏ" là từ bài thơ của Bashō
年暮れぬ笠きて草鞋はきながら
toshi kurenu kasa kite waraji hakinagara

bản dịch Zoltan Barczikay
Another year is gone;
and I still wear
straw hat and straw sandal

bản dịch N.K.
Bấm tay, năm đã tròn ngày,
Vẫn vành nón, vẫn gót giày phong sương

38.
Tiếng dương cầm lạc điệu
Người đánh và người nghe câm điếc
Không cần kẻ thứ ba

biên khảo của Thuần Ngọc

39.
Biết cố công mài sắt
Có ngày cũng thành được cây kim
Nhưng nếu mua, nhanh hơn!

40.
Tiếng mưa đều trên mái
Tiếng xịch tắc xe mì bán dạo
Tiếng kinh cầu trong đêm

"xịch tắc", đúng ra là "xực tắc" (thực đắc), nghĩa là "ăn được", là tiếng rao hàng của các xe mì gõ

41.
Hổ ba chân trên núi
Cất tiếng gầm tiếc thuở dọc ngang
Tiếng thở dài vọng lại

Hổ ba chân là một huyền thoại, về một tiều phu nhờ đánh nhau với một con hổ dữ chỉ có ba chân mà sáng tác ra bài quyền tuyệt kỹ Ba Chân Hổ

42.
Gió thì thào lau sậy
Người tìm đạo trầm ngâm bất quyết
Quay gót hay qua sông?

43.
Quay đầu lại là bờ
Mây ngừng trôi mây tan thành nước
Qua sông cũng đến bờ

44.
Mấy hôm không còn gạo
Chai thuốc ngủ trên bàn mở nắp
Mắt người buồn như kinh

45.
Một ngày làm hai ca
Như cây nến đốt cả hai đầu
Giọt nến chảy thành dòng

46.
Con muỗi bay vu vơ
Samurai chém hai nhát kiếm
Con muỗi vẫn thờ ơ

47.
Suốt đời trong thung lũng
Sao biết được phía bên kia đồi
Có những điều mới lạ

48.
Bão đại dương chuyển sóng
Bão sa mạc mịt mùng dậy cát
Bão lòng chuyển hồn tôi

49.
Diều ngạo nghễ tung trời
Chiếc sáo làm sai không ra tiếng
Người thả diều cắt dây

50.
Bình rượu đổ chan hòa
Người co quắp như bào thai, run, lạnh
Tiếng sói rú từ xa

51.
Người nay đã ngút ngàn
Lúc chia tay đem theo tất cả
Tiếng chuông rền ta mang

52.
Mùa Xuân chừng đến muộn
Cỏ cây chờ, người cũng chờ trông
Hạt lúa sắp ra mầm

53.
Tay không hề ném đá
Sóng đồng tâm tỏa nhẹ trong hồn
Mặt hồ tựa tấm gương

54.
Nhắm mắt chói hào quang
Bịt tai vẫn nghe ngàn tiếng động
Lấy gì để tịnh tâm

55.
Người lộng ngữ vọng danh
Hay lộng ngữ vì mộng không thành?
Một đời cứ quẩn quanh!

56.
Em học sinh yêu nước
Bụng căng khẩu hiệu đói sắn khoai
Qua đường cán bộ nhổ

57.
Hai chiếc lá phong đỏ
Nhẹ nhàng theo gió, rồi trên cỏ,
Cạnh bên nhau, lặng yên.

Two red maple leaves
Falling lightly on the grass
Silently, side by side

58.
Hai chiếc lá phong đỏ,
Nhẹ nhàng bay theo gió,
Rồi xuống, cạnh bên nhau
Trên cỏ.

Bài này có thể coi là một biến thể của cả Bài Cú Nhật Bản lẫn Yết Hậu Việt Nam.

59.
Trong tâm thiền an lạc
Một cánh hoa rơi xuống mặt hồ
Cũng ngân ngàn tiếng nhạc

Kết

tranh Yoshitoshi
Bashō và hai nông dân

Thay Lời Bạt

Bài Cú không những được ưa chuộng ở Nhật Bản [13], mà hầu như khắp nơi trên thế giới đều có người làm thơ Bài Cú. Ở Âu Châu cũng như ở Bắc Mỹ có rất nhiều Hội Bài Cú, hội viên đủ mọi thành phần và lứa tuổi. Ở Vancouver (Canada), ở Nantes (Pháp), và nhiều nơi ở Mỹ, đã có các trường dạy học sinh ngay từ các lớp tiểu học làm thơ Bài Cú [14].

Trong các thể thơ Việt thật ngắn, Từ và Bài Cú rõ rệt là vay mượn nguyên bản. Ngược lại, Ngũ Ngôn Yết Hậu tuy cũng từ Hán Thi mà ra, nhưng có lẽ mang nhiều dấu ấn của Việt Nam hơn cả. Thiết tưởng thơ Ngũ Ngôn Yết Hậu không những cũng đặc sắc và súc tích như Bài Cú, mà còn phong phú hơn, do bản chất đơn âm của tiếng Việt – hầu như mỗi âm tiết đều biểu tượng một từ có đầy đủ nghĩa. Thành ra cũng nên giới thiệu với thế giới thể thơ Ngũ Ngôn Yết Hậu, bằng cách sáng tác thật nhiều thơ theo thể này, và dịch sang các ngôn ngữ khác. Biết đâu một ngày nào đó lại chẳng có bài học về thơ Ngũ Ngôn Yết Hậu Việt Nam trong các trường học trên thế giới.

Chân dung tự họa
Yosa Buson

Chú Thích

[1] Asagao, tức morning glory, trong tiếng Hoa là 牽牛 - khiên ngưu, là một loài hoa rất phổ cập ở miền đồng quê Việt Nam. Vì trong Nhật Ngữ ghi Hán tự là 朝顔 nên có người còn dịch trực tiếp thành triêu nhan, nhưng đúng ra ta phải gọi đó là hoa bìm bìm. Qua thành ngữ "giậu đổ bìm leo", chúng ta thấy bìm bìm là một loài hoa rất tầm thường. Nhưng ở đây, nhà thơ cũng không nở phá hủy dây hoa tầm thường đó khi định dùng chiếc gàu để lấy nước giếng, mà đành đi xin nước nơi khác.

[2] Tu từ pháp, còn gọi là biện pháp tu từ (figures of speech), chẳng hạn như nhân cách hóa, còn gọi là nhân hóa (personification), giả tá, trong tiếng Việt còn gọi là ẩn dụ và hoán dụ (metaphor), v.v. Tuy nhiên, các nhà ngôn ngữ học của mỗi ngôn ngữ, mỗi dòng văn học, thường phân loại và định nghĩa các phép tu từ một cách khác nhau, nên không thể "dịch" trực tiếp từ tiếng này sang tiếng khác.

biên khảo của Thuần Ngọc

[3] dựa theo bản dịch của Clay MacCauley đã được hiện đại hóa

Like the morning moon,
cold, unpitying was my love.
Since that parting hour,
nothing I dislike so much
as the breaking light of day.

[4] dựa theo bản dịch của Clay MacCauley đã được hiện đại hóa

At the break of day,
just as though the morning moon
lightened the dim scene,
yoshino's village lay
in a haze of falling snow.

[5] Vì là thơ cổ, cách viết thành rōmaji đôi khi có nhiều khác biệt giữa các tài liệu. Sau đây là nguyên tác bằng Nhật ngữ.

家にあれば笥に盛る飯を草枕旅にしあれば椎の葉に盛る

*When I am at home
the pots are full of rice, but
pillowed on the grass
on this journey now
only the chinquapin leaves are plentiful*

[6] Vì là thơ cổ, cách viết thành rōmaji đôi khi có nhiều khác biệt giữa các tài liệu. Sau đây là nguyên tác bằng Nhật ngữ.

あきののに人松蟲のこゑすなり我かとゆきていざとぶらはむ

*Out among the autumn fields
a cricket pines
aloud.
Could it be for me?
Well, I'll go and see.*

[7] Chữ furusato có nghĩa quê nhà, cố hương. Vì để chỉ Yoshino, phải hiểu furusato là Yoshino, kinh đô nước Nhật cổ đại, và do đó dịch là cố đô.

[8] Nguyên tác bằng Nhật ngữ như sau

春過ぎて
夏来にけらし
白妙の
衣干すてふ
天の香具山

Haru sugite
natsu ki ni kerashi
shirotae no
koromo hosu chō
ama no Kaguyama

The spring has passed
and the summer come again
for the silk-white robes
so they say, are spread to dry
on Mount Kaguyama

[9] Nguyên tác bằng Nhật ngữ như sau

むらさめの
露もまだひぬ
まきの葉に
霧立ちのぼる
秋の夕暮

Murasame no
tsuyu mo mada hinu
maki no ha ni
kiri tachinoboru
aki no yūgure

An autumn eve
see the valley mists arise
among the fir leaves
that still hold the dripping wet
of the chill day's sudden showers.

[10] Nguyên tác bằng Nhật ngữ như sau

月みれば
ちぢにものこそ
悲しけれ
わが身一つの
秋にはあらねど

(Trong các bản dịch sau, hai câu cuối lại đảo ngược lần nữa, xuôi thuận theo văn pháp Anh Ngữ)

Looking at the moon
thoughts of a thousand things
fill me with sadness
but autumn's dejection
does not come to me alone.

*As I view the moon,
many things come into my mind,
and my thoughts are sad.
Yet it's not for me alone,
that the autumn time has come.*

[11] ominaeshi, おみなえし, tiếng Anh là patrinia, là một loài hoa thuộc chi honeysuckle (kim ngân), xuất xứ từ Trung Quốc và Nhật Bản. Thông thường, hoa patrinia có màu vàng. Một chi nhỏ của patrinia là patrinia gibbosa cũng có hoa màu vàng, còn được gọi là maiden flower và do đó ở đây đã dịch là hoa nữ lang. Tuy nhiên, hầu hết các giống hoa nữ lang, hay maiden flower, thường gặp có màu trắng hay hồng hoặc tím nhạt. Như vậy, theo thiển ý, chính xác hơn, có thể coi ominaeshi là một chi nhỏ - patrinia scabiosaefolia - mà có người gọi theo tiếng Hán là hoa bại tương (敗醬). Tuy nhiên, để hình dung được sắc hoa vàng, có lẽ nên gọi là hoa kim ngân.

[12] Dương Quảng Hàm có chép bài này trong Việt Nam Văn Học Sử Yếu, nhưng để tác giả là Vô Danh (trang 134). Trong Văn Đàn Bảo Giám, sưu tập của Trần Trung Viên, ngoài ba bài sao lục trên đây, còn có chép thêm một bài nữa cũng của Phạm Thái:

Vợ Than
Trông lên nhà đổ đoạn
Trông xuống vách tan rồi
Cha thế ấy, con thế ấy
Thôi

[13] Như trường hợp bà Hisajo Sugita (1890 - 1946) 杉田久女. Năm 1931, bà dự cuộc thi Bài Cú do Nhật báo Osaka-Mainichi Daily News tổ chức. Bài thơ sau đây của bà đoạt giải nhất về thơ Bài Cú tả cảnh sơn thủy trong số hơn 100 000 người dự thi. Trong lúc vừa mới xong cơn khủng hoảng kinh tế thế giới và khi chưa có Internet, số lượng người dự thi đã cho thấy mức độ hâm mộ thơ Bài Cú.

谺して
山ほととぎす
ほしいまま

kodama shite
yama-hototogisu
hoshii mama

trùng trùng dội quanh đèo
tiếng cúc cu chim cu núi kêu
lập đi lập lại hoài

[14]

http://k12.albemarle.org/MurrayElem/Projects/langarts/haiku/japanintro.html

Do cô giáo lớp Ba Michelle Nettesheim, trường tiểu học Murray lập ra cho học trò tìm hiểu thêm về Nhật Bản trong niên học 1995-1996.

Tài Liệu Tham Khảo

Dương Quảng Hàm. 1979. Việt Nam Văn Học Sử Yếu. Westminster, CA: Sống Mới.

Hakutani, Yoshinobu & Robert L. Tener. 1998. "Afterword" trong Wright, Richard. 1998. Haiku. This Other World. New York: Arcade Publishing.

Hồ Trường An. 1998. Cảo thơm Falls Church, VA: Minh Văn Corporation

Trần Trọng Kim. 1946. Việt Thi. Los Alamitos CA: Xuân Thu in lại, không đề năm.

Yasuda, Kenneth. 2002. The Japanese Haiku. Boston: Tuttle Publishing.

Tài Liệu Đọc Thêm

Ueda, Makoto. 2003. Far Beyond the Field: Haiku by Japanese Women. Washington DC: Columbia University Press. - [Ghi thơ Bài Cú của các nữ thi sĩ Nhật.]

Ngoài ra, vào thời điểm xuất bản, các trang mạng sau đây cũng tỏ ra hữu ích. Tuy nhiên, vì tính linh động của mạng, có thể đã có nhiều thay đổi từ thời điểm xuất bản đến nay.

1. Trang tiếng Việt của cơ quan truyền thông NHK giới thiệu về thơ Bài Cú Nhật, sắp xếp theo bốn mùa trong năm
https://www3.nhk.or.jp/nhkworld/vi/radio/haiku/

2. Trang thơ Bài Cú dành cho trẻ em
http://www.kidzone.ws/poetry/haiku.htm

3. Trang giới thiệu Bài Cú do Hội Các Nhà Thơ Hoa Kỳ (Academy of American Poets) chủ trương
https://www.poets.org/poetsorg/text/haiku-poetic-form

4. Trang mạng về "Lịch sử Bài Cú" (Haiku no rekishi) bằng tiếng Nhật:
http://www.big.or.jp/~loupe/links/jhistory/jhisinx.shtml
Trang tiếng Anh và trang tiếng Pháp
http://www.big.or.jp/~loupe/links/enginx.shtml
http://www.big.or.jp/~loupe/links/frinx.shtml

5. Một trang Bài Cú do Alexander Lawrence và bạn bè lập ra. Có nhận thơ Bài Cú do các thi sĩ mới gởi đến. Cho nhiều liên kết (links) có chọn lọc và xếp loại.
http://www.haiku.com/

6. Bộ sưu tập thơ Bài Cú Nhật Bản cùng thơ trong nhiều ngôn ngữ, từ nhiều quốc gia trên thế giới
https://terebess.hu/english/haiku/haiku.html

7. Trang nhà của Hiệp Hội Bài Cú Hoa kỳ (The Haiku Society of America). Hội có mục đích phổ biến và khuyến khích thơ Bài Cú viết bằng tiếng Anh.
http://www.hsa-haiku.org/

8. Trang ghi lại kỹ thuật làm thơ Bài Cú (Haiku techniques) của Jane Reichhold.
http://www.ahapoetry.com/haiartjr.htm

www.ingramcontent.com/pod-product-compliance
Lightning Source LLC
Chambersburg PA
CBHW031638160426
43196CB00006B/462